വെളിച്ചത്തിന്റെ
രണ്ടു വിരലുകൾ

velichathinte randu viralukal
poems

•

sathyachandran poyilkkavu

•

first edition
october 2015

•

published
chintha publishers, thiruvananthapuram

•

typesetting
akshara dtp centre, thiruvananthapuram

•

•

cover
bloofish

•

വിതരണം

ദേശാഭിമാനി ബുക്ക് ഹൗസ്

H O തിരുവനന്തപുരം–695 035
phone: 0471-2303026, 6063026
www.chinthapublishers.com
chinthapublishers@gmail.com

ബ്രാഞ്ചുകൾ

ഹെഡ്ഡാഫീസ് ബ്രാഞ് കുന്നുകുഴി • സ്റ്റാച്യു തിരുവനന്തപുരം • കെ എസ് ആർ ടി സി ബസ് സ്റ്റേഷൻ ആലപ്പുഴ • കെ എസ് ആർ ടി സി ബസ് സ്റ്റേഷൻ എറണാകുളം • ചിറ്റൂർ റോഡ് എറണാകുളം • മച്ചിങ്ങൽ ലെയ്ൻ തൃശൂർ • ഐ ജി റോഡ് കോഴിക്കോട് • മാവൂർ റോഡ് കോഴിക്കോട് • എൻ ജി ഒ യൂണിയൻ ബിൽഡിങ് കണ്ണൂർ • സെൻട്രൽ ബസ് ടെർമിനൽ കോംപ്ലക്സ് താവക്കര കണ്ണൂർ

CO - 1994 / 3364

വെളിച്ചത്തിന്റെ രണ്ടു വിരലുകൾ
കവിതകൾ

സത്യചന്ദ്രൻ പൊയിൽക്കാവ്

ചിന്ത പബ്ലിഷേഴ്സ്
തിരുവനന്തപുരം-695 035

സത്യചന്ദ്രൻ പൊയിൽക്കാവ്

1966 ൽ കോഴിക്കോട് ജില്ലയിലെ പൊയിൽക്കാവിൽ ജനി ച്ചു. പിതാവ്: വാളിയിൽ ഉണ്ണര. മാതാവ്. വാളിപ്പറമ്പിൽ മാധവി. പൊയിൽക്കാവ് യു പി, ഹൈസ്കൂൾ, എക്സലന്റ് കോളേജ് എന്നിവിടങ്ങളിൽ വിദ്യാഭ്യാസം. 2007 ൽ തുഞ്ചൻ പറമ്പിൽ നടന്ന ദക്ഷിണേന്ത്യൻ കാവ്യോത്സവത്തിൽ മല യാളത്തെ പ്രതിനിധീകരിച്ച് കവിത അവതരിപ്പിച്ചു. പുസ്തകരൂപത്തിലിറങ്ങിയ ആദ്യകൃതി പാപനാശിനി. ഈ കൃതിക്ക് എഴുത്തുപുര പുരസ്കാരവും കുന്നോത്ത്മുക്ക് *സീറോ കി മീറ്റർ* എന്ന തിരക്കഥയ്ക്ക് *മതേതരം മാസി* കയുടെ പുരസ്കാരവും ലഭിച്ചു.

പാപനാശിനി, വേനൽ, കനൽ, പെയ ി ന്റെറ ചിരിപ്പിച്ച ശ്രീനി വാസൻ, പൊയിൽക്കാവിന്റെ കവിതകൾ, ദൈവമേ നിനക്കു ഞാൻ വച്ചിട്ടുണ്ട് തുടങ്ങിയ ഒമ്പത് കവിതാസമാഹാര ങ്ങളും അഞ്ച് ബാലസാഹിത്യകൃതികളും ഒരു തിരക്കഥയും പ്രസിദ്ധീകരിച്ചു. ഉച്ചവെയിലിന്റെ കാമുകൻ എന്ന പേരിൽ ഒരു ആത്മകഥയും രചിച്ചിട്ടുണ്ട്.

ഭാര്യ   :   കനകശ്രീ
വിലാസം   :   വാളിയിൽ വീട്
               എടക്കുളം പി ഒ
               കോഴിക്കോട്

ഉള്ളടക്കം

ശിഷ്യൻ

മായം ശീലിച്ചു-
മായം കാമിച്ചു
മായയെന്നെല്ലാം മൊഴിഞ്ഞു
കാണാതിരിക്കാൻ
കണ്ണടച്ചു
ദുഃഖങ്ങൾ കഴിഞ്ഞ ജന്മശാപമെന്നോതി
ദുരിതങ്ങൾ വിധിയെന്നും
ചോദിക്കാൻ ധൈര്യമുണ്ടായില്ല
ആയതിനാൽ ഭക്തനായി
ശിഷ്യനായി.

പ്രണയഗ്രീഷ്മം

കനൽത്തിടമ്പുമായ്
അകന്നുവോ പകൽ
കഴിഞ്ഞൊരുത്സവ
കൊടിയഴിച്ചുവോ

നിഴൽ വഴികളിൽ
ഇരുൾ പുകഞ്ഞുവോ
മഴയലച്ച നെഞ്ചകത്തു
            -നിന്നൊരു
മധുര നൊമ്പര കവിത
            -യെത്തവെ

പഥികനെന്നുടെ
മൊഴികളൊക്കെയും
വ്യഥിത വീഥിയിൽ
പ്രണയ ഗ്രീഷ്മമായ്.

ഗ്യാസടുപ്പ്

കല്ലടുപ്പിൽ
കരിയില പുകച്ച്
അന്നം വേവിക്കുന്ന കാലം
കാണാതെയായി
അധികാര ഇന്ധനത്തിൽ
മൂളിയും
വിസിലടിച്ചു
കഞ്ഞി കാലമായിരുന്നു.
ഇടയ്ക്ക് ഉത്തരവിൽ നിന്നും
തെറിച്ചു പോയി
ചില കുട്ടികൾ
അജീർണ വ്യാധിയാൽ.

ബ്ലാക് ഹ്യൂമർ സെൻസ്

ബസ്സുകളുണ്ടെന്നും
വെപ്പാട്ടികളുണ്ടെന്നും
എയ്ഡ്സുണ്ടെന്നും
ഓരോരുത്തരുടേയും സാമ്പത്തിക
സ്ഥിതിനോക്കി
പരദൂഷണം പറയുന്നതിന്
ഒരു അവാർഡുണ്ടായിരുന്നെങ്കിൽ
ദൈവമേ...
(ശ്ശോ അങ്ങേരെ ഉപദ്രവിക്കണ്ടല്ലേ)
ഈ അവാർഡ് ഞങ്ങൾ തന്നെ...

പഴയ വീടിൻ ജാലകങ്ങൾ

പഴയ വീടിന്റെ ജാലകം
          വാങ്ങിയപ്പോൾ
കടക്കാരനെ പേടിച്ച്
വിറങ്ങലിച്ച രണ്ടു മിഴികൾ കിട്ടി.

കമലഹാസൻ

പരമ കുടിയിൽ ജനിച്ചവൻ
          — കലയിലെ
പരമ രസികനാം കമലഹാസൻ.

ഇനിയും

കുന്നുകളെങ്ങോ മറഞ്ഞ വഴികളിൽ
കന്നുകൾ വേനൽപ്പടർപ്പിലിരുന്നിടം
കാണുമോ നമ്മളിനിയു-
മൊരിക്കലോ
സന്ധ്യകൾ, മഞ്ഞിൽ കുളിച്ച
 – പുലരികൾ.

അഭയം

വീട്ടിലെല്ലാം തിരിഞ്ഞ്
നിരാശനായി തിരിച്ചു പോരുമ്പോൾ
കാലൻ വിറകുപുരയിൽ നിന്നു
ആ വിളി കേട്ടു
മോനേ രക്ഷിക്കണേ.

ശത്രു

പരസ്പരം
ഭോഗത്തിലായില്ല
ചുംബിച്ചില്ല
കെട്ടിപ്പിടിച്ചില്ല
ഒന്ന് ഹസ്തദാനം ചെയ്യുക
            പോലുമുണ്ടായില്ല.
എന്നിട്ടും
എത്ര ശക്തമായി
അവൻ എന്നിൽ നിലനിൽക്കുന്നു.

മധുരം

നിനക്ക് മധുരിക്കുമെങ്കിൽ
ഇതാ എന്റെ കഴുത്ത്—
ഇളനീർ പറഞ്ഞു.

ടവർ കുന്നുകൾ

ഒരു മുദ്രാവാക്യത്തിന്റെ
അടിയന്തിരാവശ്യമുണ്ടായിരുന്നു
വെള്ളം വറ്റുന്ന കിണറിനെ
ഒരു പാഠം പഠിപ്പിക്കാൻ
മലിനീകരിക്കപ്പെടുന്ന ആകാശത്തെ
ഒന്നിരുത്തി ചിന്തിപ്പിക്കാൻ
ഒരു മുദ്രാവാക്യത്തിന്റെ
അടിയന്തരാവശ്യമുണ്ടായിരുന്നു

കുന്നുകൾ വയലുകളിൽ
ലയിച്ചു ചേരുമ്പോൾ
കുന്നുകളിലെ കാഴ്ചയും
വയലുകളിലെ കാഴ്ചയും
വറ്റിപ്പോകുമ്പോൾ
നാടുകാണാൻ
ടവറിൽ കയറുമ്പോൾ
ഒരു മുദ്രാവാക്യത്തിന്റെ
അടിയന്തരാവശ്യമുണ്ടായിരുന്നു.

കമ്യൂണിസ്റ്റ് പ്ലാവുകൾ

കുഞ്ഞിരാമൻ മാഷിന്റെ കണ്ടത്തിലുണ്ടായിരുന്ന
ഒരുപാടുണ്ടായിട്ടും
ജന്മിയാകാതെ
കമ്യൂണിസ്റ്റായി ജീവിച്ച
കുറെ പിലാവുകൾ

മഴക്കാലത്ത്
തൊഴിലില്ലാതാകും കൂരയിലേക്ക്
വിരുന്ന വരുന്ന പച്ച ഗോളങ്ങൾ.
പനിയും വയറ്റിളക്കവും
പേടിച്ചോടും വിശപ്പിൽ
വിറകടുപ്പിൽ തിളയ്ക്കും
കാറ്റും മഴയും പിന്നീട്
വലിയ കവികൾ പറയുമ്പോലെ
കവിത തന്നെ എന്തുരസം.

സമർപ്പണം: മഴക്കാലത്ത് ചക്കതെന്ന് സഹായിച്ചിരുന്ന സഖാവ് കിഴമ്പക്കേരി കുഞ്ഞി
രാമൻ മാഷ്ക്ക് ആദരവോടെ—

കാലം പറയുന്നത്

കാലം പറഞ്ഞു
എനിക്ക് കിട്ടേണ്ട അഭിനന്ദനങ്ങൾ
നിങ്ങൾ ദൈവങ്ങൾക്ക് കൊടുത്തു.
അനന്തമായ എന്റെ കാത്തിരിപ്പ്
നിങ്ങൾ കണ്ടില്ല.
എനിക്കൊരു സ്വപ്നമുണ്ടായിരുന്നു
ശൂന്യതയ്ക്ക് അഭിമുഖമായി
ഒരു ലോകം പണിയുക.
ദൈവങ്ങളേക്കാൾ പരിശ്രമശാലികളായ
മനുഷ്യർ.
സ്വർഗങ്ങളേക്കാൾ സജീവമായ
ഭൂമി.
അതാണ് നിങ്ങൾ.

ചെറിയ പക്ഷികളുടെ വീട്

കല്ലുകൾ കൊണ്ടും
മരങ്ങൾ കൊണ്ടും
നീ വീട് തീർത്തു.
ആകാശം
അതിനുമെത്രയോ
ഉയരത്തിലാണെന്നറിയാതെ

ചെറിയ പക്ഷികൾ
ഭൂമികുലുക്കത്തെക്കുറിച്ച്
ഒരിക്കലും
വേവലാതിപ്പെടാറില്ലത്രെ.
എന്നാൽ
ഒരുമരം വീഴുമ്പോൾ
അവർ കരയുന്നു.

ഗിന്നസ് ബുക്കിലെ പരുന്ത്

ഒടുവിൽ
പ്രാവിനെ രാജാവിനു തന്നെ
വിട്ടുകൊടുത്തുകൊണ്ട് പരുന്ത്
പറഞ്ഞു
തിന്നുമ്പോഴുള്ള ആനന്ദത്തേക്കാൾ
ഏറെനേരം നീണ്ടുനിൽക്കുന്നതാണ്
പറക്കുമ്പോഴുള്ള ആനന്ദം
എന്റെ വംശത്തെ ഇനിയെങ്കിലും
പഴങ്കഥയിലെ ക്രൂരതയിൽനിന്നും
മോചിപ്പിച്ചാലും
അങ്ങിനെ
ബുദ്ധന്മാരുടെ ഗിന്നസ് ബുക്കിൽ
ഒരു വെജിറ്റേറിയൻ പരുന്തും കയറിപ്പറ്റി.

കറമൂസ്സയുടെ സംഗതി

പ്രായമായ പെൺകുട്ടികളുള്ള വീട്ടിലെ
കിണർ
രാത്രികാലങ്ങളിൽ പേടിക്കും
അവൾ അയൽച്ചെക്കനെ
നോക്കുമ്പോൾ
പെറ്റമ്മ ടിവിയിൽ പൊട്ടിച്ചിരിക്കുമ്പോൾ
കിണർകാക്കയോട് പറയും
ഈ തൊട്ടിയൊന്നിറക്കുമോ
കാക്ക ചരിഞ്ഞ് നോക്കും
കിണർ കാറ്റിനോട് പറയും
ഈ തൊട്ടിക്കയറിലൊന്ന് തട്ടുമോ
കാറ്റ് വാഴക്കൈയിലേക്ക് പോകും
കിണർ
ഒരു കറമൂസയോട് പറയും
ഈ കയറൊന്നിറക്കുമോ
കറമൂസ അടുത്തമാസത്തിൽ
വീഴ്ത്തേണ്ട ഒരു ഇലത്തണ്ട്
തൊട്ടിയുടെ മുകളിലേക്കിടും
കൃത്യമായ സംഗതിയില്ലെങ്കിലും
ധന്യയാകും.

എന്തേ തുമ്പീ തുള്ളാത്തു

തുമ്പിപ്പെണ്ണേ
തുമ്പിപ്പെണ്ണേ
എന്തേ നീയും തുള്ളാത്തു
എൻഡോസൾഫാൻ
വീണൊരുപൂവിൽ
പൂന്തേനില്ല പ്രിയതോഴാ
എങ്ങിനെ ഞാനീ വഴികളിൽ
നിന്നൊരു
മധുനുകരേണ്ടു പ്രിയതോഴാ
കാടുകൾ കത്തി മലരുകൾ കത്തി
കാലം കനലായ് മാറുമ്പോൾ
കവിതയിൽനിന്നൊരു
കരിമണമുലകിൽ
കദനം പോലെ പരക്കുമ്പോൾ
എങ്ങിനെ തുള്ളാൻ എന്നുടെ
മനമീ
എൻഡോ സൾഫാൻ കാലത്തിൽ.

ഇത്രയും കൂടി

ഇനി തെളിയിക്കേണ്ടതില്ല
ഈ നാട്ടുകാരനെന്ന്
ആരോഗ്യത്തിന്
പരിസരമലിനീകരണം
ശീലമാക്കി രാസവള
ഭക്ഷണങ്ങൾ കഴിക്കേണ്ടതില്ല
വലിയ പരിശോധനകൾക്ക്
കാത്തുനിൽക്കേണ്ടതില്ല
ബന്ധുക്കളുടെ അക്ഷമ
കാണേണ്ടതില്ല
ഭൂമികുലുക്കത്തെക്കുറിച്ചും
സുനാമിയെക്കുറിച്ചും
പേടിക്കേണ്ടതില്ല
ബസ് സമരവും
ഹർത്താലും ബുദ്ധിമുട്ടിക്കുകയില്ല
ഇതുകൊണ്ടൊക്കെ
ഈ പത്രക്കോളത്തെ
അൽപ്പം തിരുത്താം
ചരമമെന്ന പേജ് മാറ്റി
രക്ഷപ്പെട്ടവർ എന്നാക്കാം.

മൂന്നു കവിതകൾ

ആകാശത്തിന്
ഭൂമിയോട് സഹതാപമാണ്
കൊച്ച് കൊച്ച് വിളക്കുകൾ കത്തിച്ച്
ഭൂമിയോട് അത് പറയും
പേടിക്കേണ്ട
ഞാനിവിടെയുണ്ട്.

....

പ്രിയ സുഹൃത്തേ
അൽപ്പം ഇരുളിന്റെ ദൂരമേയുള്ളൂ
നമുക്കിടയിൽ

....

അടുത്തുള്ളവനിൽനിന്നും
അകലേക്കു പോകുന്നതാണ്
വിദ്യാഭ്യാസം
ദൂരത്തുള്ളവനിൽ നിന്നും
അടുത്തേക്കു വരുന്നതാണ് കവിത.

ദൈവമേ നീ

മറ്റാർക്കുമില്ലാത്ത
ഓർമകൾ കൊണ്ടു നീ
മർത്യനെ തന്നെ വലച്ചു

മറ്റാർക്കുമില്ലാത്ത
നന്ദികേടൊക്കെയും
മർത്യനായ് നീ മാറ്റിവെച്ചു

മറ്റാർക്കുമില്ലാത്ത
വാക്കുകൾ കൊണ്ടുനീ
മർത്യനെ കള്ളനായ തീർത്തു

ദൈവമേ
നന്ദിയോ നന്ദികേടോ ഒരു
നല്ല ജന്മത്തിന്റെ കാതൽ.

മാരകായുധം

ആയുധത്തിന്
ഒരു വികാരവുമുണ്ടായിരുന്നില്ല
ഒരുലക്ഷ്യവുമുണ്ടായിരുന്നില്ല
അത് ഉപയോഗിച്ചവന്റെ
മനസായിരുന്നു
മാരകം
എന്നിട്ടും അതെത്രപഴികേട്ടു
മാരകായുധമെന്ന്.

പേര്

ഇതൊരു കവിതയാണ്
മഴക്കാലം എന്നായിരുന്നു
ആദ്യത്തെ പേര്
കണ്ണുനീർപ്പാടം
എന്ന് പിന്നെ തിരുത്തി
എന്തായാലും
നീയെന്നു വായിക്കും
പണ്ടത്തെ നമ്മുടെ കൂട്ടുകാർ

ആതിരയോട്

ആതിരേ വിണ്ണിലെ പ്രണയമാണോ
സഖീ
ആ മലർച്ചുണ്ടിലെ മന്ദഹാസം
ആകുലയായി നീ ഇന്നുമെൻ
ജാലക
വാതിലിലെന്തിനായ് വന്നുനിൽപ്പൂ.

ബുഫ

കുട്ടിക്കു കള്ളമടിയായിരുന്നു
മാഷ്ക്ക് വെള്ളമടിയും
വെയിലും തണലും
നേരത്തെ പോയി
മണ്ണു ചാരിനിന്നവന്റെ
കല്യാണിമാണിന്ന്.

ഈസ്റ്റ്മൻ കളർ

മഞ്ഞപ്പിത്തം പിടിച്ച
നെല്ലിൻ കണ്ടത്തിലൂടെ ചെത്തിവരും
ചാത്തേവട്ടൻ തന്നെതരാം

പുഴമീൻ പിടിച്ച്
കഞ്ചാവ് വലിച്ചുല്ലസിച്ച്
അങ്ങാടിയിലേക്കുവരും
സഹദേവൻ തന്നെ സഹനടൻ.

റോഡരികിൽ നിന്നു പ്രേമിക്കും
നാലുസെന്റിലെ ഗായത്രിയെ
ബൈക്കുകാരൻ ചതിക്കുമ്പോൾ
ജയനായി വന്ന് രക്ഷിക്കുമോ
ജയിലിൽക്കിടക്കുന്ന അവളുടെ ഏട്ടൻ.

നമുക്കു നോക്കാം
ഇതെല്ലാം
ഒരു ഏകാദശിനാളിലെ പ്രത്യേക
പ്രദർശനം മാത്രമാകുമോ എന്ന്.

എനിക്കറിയാം
ബുദ്ധനാവാൻ ഞാനിനിയും നടക്കണം
പൊളിച്ചുപോയ ഉർവശി ടാക്കീസും കടന്ന്
റോഡരുകിൽ ഇപ്പോഴില്ലാത്ത
ഭാരത് ഹോട്ടലിനപ്പുറത്തെ
കുരിയാക്കോസിന്റെ പട്ടഷാപ്പും കടന്ന്.

പിന്നോട്ട് പോകുന്ന മരങ്ങൾ

കാറിലിരിക്കുമ്പോൾ
മരങ്ങൾ പിന്നോട്ട് പോകുന്നത്
ആദ്യമായല്ല
വർഷങ്ങൾക്കുശേഷം
ഒരു സ്റ്റാഫ് ഫോട്ടോയിൽ
അവൾ സ്വയം പരിചയപ്പെടുത്തും
ശ്രീലക്ഷ്മി അന്ന് യുവതിയായിരിക്കും
അവൻ ഒരു സുന്ദരൻ കിഴവനായിരിക്കും.

അമ്മയോട് വഴക്കിട്ട്
ഭാര്യയോട് യാത്ര ചോദിക്കാതെ
വീട്ടിൽ നിന്നിറങ്ങിയ
മക്കളില്ലാത്ത ഞാൻ
അന്നാരായിരിക്കും
ഒരു സഹൃദയന്റെ ഔദാര്യയാത്രയിലെ
സങ്കോചക്കാരൻ സുഹൃത്ത്
സ്റ്റാഫ് ഫോട്ടോയെടുക്കാൻ
ഈ മിഥുനച്ചാറ്റലിൽ
സ്കൂളിലേക്കു പോകുന്ന അവളുടെ മടിയിൽ
വെറുതെ ചിരിക്കുകയാണിപ്പോഴും
ശ്രീലക്ഷ്മിയെന്ന പെൺകുഞ്ഞ്.

ചിതയിലെറിഞ്ഞ കവിത

അതികഷ്ടകാലത്ത്
അച്ഛന്റെ മരണം കണ്ട്
ഓടിപ്പോയ മകനാണു ഞാൻ

തിരിച്ച് വന്നപ്പോൾ
പൂർത്തിയാകാത്ത കവിത
ചിതയിലേക്കെറിഞ്ഞു ഞാൻ.

ചാകുന്നതിനുമുമ്പ്
ഒരുകവിതയെങ്കിലും കൊണ്ട്
പൊള്ളിക്കണം
എനിക്കീ ജീവിതത്തെ.

മാറുമോ പേമഴ

മാറുമോ കർക്കിട പൂമഴ പേമഴ
ചിങ്ങമേ നിൻ ചിരി കണ്ടിടാനായ്
ഈ വയൽത്തിണ്ടിലിരിക്കവേ
ഓർമകൾ
പൂവെയിൽപോലെ തെളിഞ്ഞിടുന്നു.
അന്നൊക്കെ ഞങ്ങളീ
പാടവരമ്പിൽ
അന്തിവരേയും കളിക്കുമല്ലോ
അന്നൊക്കെ കാലനെ ഞങ്ങൾ
കളിയാക്കി
അന്നംമുടക്കി നടക്കുമല്ലോ
അന്നൊക്കെയായിരം പാദസര
ങ്ങളാലാനന്ദപ്പൂമഴ പെയ്തിരുന്നു.
അന്നൊക്കെജ്ജീവന്റെ മന്ദഹാസങ്ങളാൽ
ഓരോതരുക്കളും പൂത്തിരുന്നു
ഇന്നുള്ള മാനവർ മറ്റൊരു ജീവന്റെ
നാശമേ കാണുവാൻ കാത്തിരിപ്പൂ
ഇന്നുള്ള ജീവിതം മറ്റുള്ളവരുടെ
നെഞ്ചിൽച്ചവുട്ടിയുയർന്നിടുന്നു
ഇന്നുള്ള മഴയേതോ മണ്ണിന്റെ
നെഞ്ചിലെ

നിലവിളിപോലെ മുഴങ്ങിടുന്നു.
ഇന്നുള്ള മഴയേതോ മണ്ണിന്റെ
നെഞ്ചിലെ
നിലവിളിപോലെ മുഴങ്ങിടുന്നു.
ഇന്നുള്ള വാക്കുകൾ വാർമഴവില്ലിന്റെ
നിറമല്ല നിന്ദ്യമാം ശ്യാമവർണം.

കവിതയിലെ മണ്ടരിക്കാലം

പണ്ട്
അച്ഛനും
വല്യച്ഛനും
കൊപ്രയുമായി
വല്യങ്ങാടിയിലേക്ക് പോയി
ഇന്ന് ഞാൻ
കവിതയുമായി
ചെറൂട്ടി ഗാഡിലേക്കും
കോൺവെന്റ് ഗാഡിലേക്കും പോകുന്നു
വല്യച്ഛനും അച്ഛനും
ഹലുവയും
കായവറുത്തതും
പിന്നെ മടിനിറയെ കാശും
മായിവന്നു
ഞാൻ –കവിതക്കാശ് കിട്ടാതെ
സുഹൃത്തിന്റെ ബസ്സിനായി
വേഗത്തിലോടുന്നു.
നാരായണൻ നായരുടെ ചായക്കട
യിൽക്കയറി സജീവനെ
ഒരുകവിത കാണിക്കുന്നു
സ്വപ്നങ്ങൾ വിറ്റുപോയ പറമ്പുകളിൽ
മാവു പൂക്കുന്നു.

---

*   പ്രശസ്ത നാടകനടനായ ചേമഞ്ചേരി നാരായണൻ നായരുടെ മകൻ നടത്തുന്ന
      ചെറൂട്ടിഗാഡിലെ കട.

വേരുകളെക്കുറിച്ചൊരു കവിത

ഒരുനാൾ
വെപ്പു പല്ലുകളോട്
വായിൽ അവശേഷിച്ച പല്ലുകൾ പറഞ്ഞു
അവകാശങ്ങൾക്കായി നിങ്ങൾ സമരം ചെയ്യണം
ഞങ്ങൾ വെറും കുടിയേറ്റക്കാരല്ലേ
വെപ്പുപല്ലുകൾ നിസ്സഹായരായി
അതിനെന്താണ് വേരുകളെക്കുറിച്ചാണെങ്കിൽ
ഓർത്തു നോക്കൂ
ആർക്കാണിവിടെ വേരുകളുള്ളതെന്ന്
വേരുകൾ തലവേദനയായ കഥകളെത്ര
ലീഡറിൽനിന്നും താഴോട്ട് നോക്കൂ
ജി മേഡത്തിൽ നിന്നും
മുകളിലേക്ക് നോക്കൂ
വേരുകളല്ല വിശ്വാസം
അതല്ലേ എല്ലാം.

മറ്റ് നക്ഷത്രങ്ങളെന്തിന്

(ജവാൻ രഞ്ജിത്തിന്)

സുഹൃത്തേ
ഇന്നലെ നീ തന്ന മദ്യം
ഓർമിപ്പിച്ചു
പഴയ സായാഹ്നങ്ങൾ
വയൽക്കരയിലെ പുൽത്തകിടിയിൽ
നമ്മൾ അവളെ കാത്തിരുന്ന
അപരാഹ്നങ്ങൾ
നെറ്റിയിൽ കണ്ണുള്ള മീനുകൾക്ക്
മേഘങ്ങളെ കാണാൻപറ്റും
നീർച്ചാലുകൾ
വേനലിനോട് പിണങ്ങി
പൂക്കുന്ന കുഞ്ഞിക്കൊന്നകൾ
സ്വപ്നങ്ങൾ

മങ്ങിക്കത്തുന്ന കവിതയിൽ
മറ്റു നക്ഷത്രങ്ങളെന്തിന്.

മധുരിക്കും ജീവിതം

പൈങ്കിളിക്കഥയിൽ നിന്നും
ഇറങ്ങിയോടിയ നിലാവ്
വിഷം കഴിച്ച് മരിച്ചു
ചരിത്രത്തിന്റെ
നരച്ച ചുവരിൽനിന്നും
പല്ലി തന്റെ ആത്മകഥ
പറഞ്ഞു
മറഞ്ഞിരുന്ന്
പകലിനെ ഒറ്റിക്കൊടുത്തവന്റെ മുഖം
തപാൽ മുദ്രയായി
കണ്ണടച്ചിരുന്ന് കേൾക്കുക
മധുരിക്കും
നിരപരാധിയുടെ ജീവിതം.

പരസ്യം

പണിസ്ഥലത്തേക്ക് പോകുകയാണ് ഞാൻ
അവൻ മുമ്പെപോയി
തിക്കോടി പഞ്ചായത്തിലിറങ്ങി
കിഴക്കോട്ട് നടക്കണം അവൻ പറഞ്ഞു
നല്ല വെയിലാണ്
മഞ്ഞപ്പൂക്കൾ പുഞ്ചിരിക്കുന്നു
ഇടയ്ക്ക് ഒരു കിതപ്പുണ്ട് എന്റെ
നടത്തത്തിന്
ഇടയ്ക്ക് ഒരു ചെരിവുണ്ട് എന്റെ
നടത്തത്തിന്
ഇടയ്ക്കൊരു മങ്ങലുണ്ടെന്റെ
നോട്ടത്തിന്
ഞാൻ നടക്കുകയാണ്
കിഴക്കോട്ട്
കിഴക്കോട്ട്
അവൻ വലിയൊരു വീടിന്റെ
മതിലിൽ എഴുതുകയാണ്
ഒരു ജീവിതത്തിന്റെ കള്ളത്തരം
വലുതായി കാണുന്ന പരസ്യം.

നിഴലിൻ തോട്ടം

വലതുവശത്താണല്ലോ
വയലും വീടും
ഇടത്തുവശത്തായി കാണാം പള്ളിക്കൂടം
ഇടതിങ്ങും ഓർമകൾ പാടും
പുളിമരമൊന്നുണ്ടേ-ജന്മം
ഇവിടെയൊരു കനവുണ്ടെന്നോതും
പഴമതൻ തോട്ടം
അവിടെയിരുന്നൊഴുകിവരുന്നു
ആമ്പൽക്കുളവും
അരയാൽത്തറകെട്ടിയ കാവും
കോമരവാളും
കവിതയിലെ പെൺകൊടി മൂകം
വയലുകടന്നേ
കവിതയിലെ വെയിലിൽ തോട്ടം
വാടിപ്പോയേ
കവിതയിലെ കാവിൽ കുട്ടികൾ
കേറിപ്പോയേ
കവിതയിൽ നിന്നൊരുനോട്ടം
മാറിപ്പോയേ.

അക്ഷരത്തെറ്റ്

ഇടയ്ക്ക്
തന്റേതല്ലാത്ത ഒരക്ഷരത്തെ
കവിത പ്രണയിച്ചുകളയും.

മുന്നടി

മഹാബലിക്ക്
ഒരടികുറവുണ്ടായിരുന്നു
അതു കിട്ടാത്തതു കൊണ്ടായിരിക്കാം
പാതാളത്തിലേക്ക് പോകേണ്ടിവന്നതും

മാന്യത

എല്ലാം വാരിവലിച്ചിട്ട്
പണവും സ്വർണവുമെല്ലാം
കൊണ്ടുപോയിട്ടും
ഒരു പോറലുമേറ്റിട്ടില്ല
കാലത്ത്
ബഞ്ചിലും തീവണ്ടിയിലും
യാത്ര ചെയ്യേണ്ടതു പേടിച്ച്
അവൾ വീട്ടിലെ അലമാരയിൽ
സൂക്ഷിച്ച
നിതംബത്തിനും മുലകൾക്കും..

കവി

ഒന്നിനും കൊള്ളാത്തവൻ കവി
ഒന്നിലും കൊള്ളാത്തവൻ കവി.

ക്ഷുരകൻ

കൊല്ലാനല്ലാതെ
അതിനു മുമ്പൊരിക്കലും
കഴുത്തും കത്തിയും
ഇത്രയും അടുത്തുവന്നിട്ടുണ്ടാവില്ല
അതുകൊണ്ടാണ്
ഒരാളെ സുന്ദരനാക്കാനുള്ള
ശ്രമത്തിൽ
ഒരു ക്ഷുരകന്റെ ജീവിതം
ഇത്രയും ധന്യമാകുന്നത്.

ഇരുട്ടും വെയിലും നിലാവും

നിലാവേ
വെന്തവെയിലിന്റെ
സ്വപ്നമാണ് നീയെന്നറിയുന്നതു
കൊണ്ടാണല്ലോ
കവിതപോലെ
ഇരുട്ട് ഇത്രയും അടുത്തിരിക്കുന്നത്.

കോലായപ്പുഴ

മരച്ചീനിയുടെ മടുപ്പും
നാടൻ മുളകിൻ എരിവുമായിരുന്നു
ക്ഷോഭത്താൽ
രസതന്ത്രവും
കണക്കും തിരിഞ്ഞില്ല
ദേശീയ ഭാഷ തല തിരിച്ചെഴുതും
പാറക്കുളത്തിൽ ചൂണ്ടയിടും
സഹപാഠിയുടെ തെറിവാക്കുപോലും
ഓർത്തു വെക്കാനായിരുന്നില്ല
നാരായണി ടീച്ചറുടെ
മഴക്കവിതകേട്ട് ഞെട്ടിപ്പോയി
അന്ന്
കാലത്ത്
അടുത്ത വീട്ടിലെ പെൺകുട്ടി
ഒരു കടലാസു വഞ്ചിയൊഴുക്കിയിരുന്നു
എന്റെ കോലായപ്പുഴയിൽ.

മുകൾപ്പരപ്പിലെ മീനുകൾ

ആദ്യമായി കടൽ കണ്ടപ്പോൾ
പാറക്കൂട്ടങ്ങൾ ആനകളാണെന്നു കരുതി
തിരിഞ്ഞോടിയിരുന്നു ഞാൻ
പള്ളിക്കൂടത്തിന്റെ കിണറ്റിൽ
മുകൾപ്പരപ്പിലേക്ക് വരും മീനിനെനോക്കി
നീട്ടിത്തുപ്പിയ ശശിക്കുപകരം
തല്ലുകൊണ്ടിരുന്നു ഞാൻ
സുഹൃത്തുക്കൾ വെറുതെ അയച്ച
പ്രണയ ലേഖനം
ഞാൻ വരും മുമ്പെ
വീട്ടിൽ വായിച്ചതറിഞ്ഞ്
നാടുവിട്ടിരുന്നു ഞാൻ.

വേനലേ

പൊള്ളുന്നവേനലേ
പോക നിന്റെ
കിന്നാര മെന്നോട്
വേണ്ട പൊന്നേ
പെണ്ണും പറന്ന്പോയ്
ദൂരെ ദൂരെ
കണ്ടാലിതും കാറ്റിൽ
നൃത്തമാടും
കൈതകൾ കാഞ്ഞുപോയ്
കനലിൽ
കേട്ടാലതിശം തന്നെതോന്നും
കാട്ടാറുചണ്ടിയായി
എന്തായിരിക്കാമിതെന്നു
ഞങ്ങൾ
കേന്ദ്രത്തിനോട് തിരക്കിയപ്പോ
വല്ലാതെ കൂടുന്ന ചൂടിനേസി
തന്നെഗതിയെന്നു കിട്ടിമെമ്മോ
ചൊല്ലിമുപ്പർ
നിന്നോടുതന്നെ പറഞ്ഞിടട്ടെ
കൊല്ലാതെ ഞങ്ങളെയിങ്ങനെ നീ.

കാരണം

ഇനി മേലിൽ
പൂക്കരുതെന്ന്
ഒരു വൃക്ഷത്തോട്
ഭരണാധികാരി
കെട്ടിക്കിടന്ന്
നാറിയാലും
ഒഴുകരുതെന്ന് നദിയോടും

വൃക്ഷവും നദിയും പിന്നേയും
പൂക്കുകയും
ഒഴുകുകയും ചെയ്തു
എന്നാൽ
കവി മൗനം പാലിച്ചു
കാരണം
ഒരു വിദ്യാർഥി
പൊടുന്നനെ പൊള്ളുന്ന
ഒരോർമയായിപ്പോകുന്ന കാല
മായിരുന്നു അത്.

ഭാരത്തിന്റെ കനം

ഇല്ലാത്തതിന്റെ ഭാരം കൊണ്ടല്ല
എന്റെ കവിതകൾ
വരാനിരിക്കുന്ന ദൂരം കൊണ്ടാണ്
എഴുതാതിരിക്കുന്നതിന്റെ
വ്യസനം കൊണ്ടല്ല
എഴുതിപ്പോയതിന്റെ
സഹനം കൊണ്ടാണ്
ഇല്ലാത്ത ഭർത്തൃവീട്ടിൽനിന്നു
പിറക്കാത്ത മക്കൾ
ഇല്ലാത്ത ഇടവഴിയിൽ
കാണാത്ത വെയിലിൽ
ഞാൻ കാത്ത് നിൽക്കുന്നത്
ഇല്ലാത്തതിന്റെ
ഇല്ലാതാകാത്ത ഭാരം കൊണ്ടാണ്.

നിഗൂഢം

കൊയിലാണ്ടിയിലെ നിരത്തുകൾ
പറങ്കിമാവിന്റെ ചില്ലകൾപോലെ
പടർന്നുപോകുന്നു പലവഴി
തെറ്റാലി നിരത്തിലൂടെപോയി
ഒരു ചായക്കടയിൽ ജോലിക്ക്
നിന്നതോർമയുണ്ട് പേരാമ്പ്രയിൽ
കപ്പക്കമ്പുകൾ പോലെയുള്ള
ചിലനിരത്തുകളുണ്ട്
മലയോരത്തേക്കുള്ള വഴിനീളെ
പറിച്ചെടുക്കുമ്പോൾ കാണാം
ചിലരൂപങ്ങൾ
കാലം നിഗൂഢമായി വരച്ചുവെച്ച
ചില പ്രണയങ്ങൾ പോലെ
ഒട്ടുദൂരം നടക്കുമ്പോഴും
കാലടികൾ പൊളിയും
മറ്റുചില നിരത്തുകൾ
കുറ്റിച്ചെടികൾ വളർത്തി
ഇരുവശത്തും
മാലിന്യങ്ങൾ ഒളിപ്പിക്കുന്നു.
മറ്റുചില നിരത്തുകൾ
നിരത്തുകളെക്കുറിച്ചുള്ള കവിതകൾ
ഇവിടേയും അവസാനിക്കുന്നില്ല.

കവിയും ദേവദാസിയും

ഓമനേ...
എന്റെ മനസിന്റെ
മരതകപ്പുൽമേടുകളിൽ
ഇളംവെയിൽപോലെ
ഇന്നു നീ നൃത്തം ചെയ്യുന്നു.
സ്വപ്നവും സത്യവും
ഇടകലർന്നൊരു പ്രണയത്തിൻ
സീമന്തരേഖയിൽ
മറയാൻ തുടങ്ങുന്ന രാഗ
സന്ധ്യപോലെ
എന്നിൽ നീ
ആകുലതകളുടെ ഇളംമണ്ണിൽ
തിരശ്ശീലകൾ നീക്കിയിടുന്നു
ആകാശത്തോട് കടം വാങ്ങിയ
സൂര്യകാന്തികൾ നിന്റെ മിഴികളിൽ
നടുന്നു ഞാൻ
ഓമനേ
ക്ഷണികമെങ്കിലും
ഋതുഭേദങ്ങൾ പകർന്നുതരും
ഈ അനുപമമായ സൗഹൃദം
എന്റെ ജന്മത്തെ എത്ര
സമ്പന്നമാക്കുന്നുവെന്ന്
നീയറിയുന്നില്ല
നിന്നെ ഒരു നോക്ക് കാണുവാൻ

വേണ്ടിമാത്രമാണ്
ഇരുട്ടിലേക്ക് അകന്നുപോകുന്ന
സൂര്യൻ വൃക്ഷലതാദികൾക്കിടയിൽ
തെല്ലിട കൂടി നിൽക്കുന്നതെന്ന്
തോന്നിപ്പോകുന്നു
കാലത്തിന്റെ ചീന ഭരണിയിൽ തുളുമ്പും
നിന്റെ പ്രണയത്തിന്റെ മുന്തിരിച്ചാറിനായി
എന്റെ ഹൃദയം ദാഹിക്കുന്നു
ഈ ലോകത്തിന്റെ
കേവലമായ അപവാദങ്ങളുടെ
മാറാലകളിൽ തട്ടി
മറഞ്ഞ് പോകുന്നതല്ല
മേഘപാളികൾ കടന്ന്
എന്റെ മനസിന്റെ മരതക
പ്പച്ചയിലേക്ക് ഓടിവരും
നിന്റെ മന്ദസ്മിതത്തിന്റെ
പൊൻവെളിച്ചം

കടലുകളെ ഞാൻ വായിച്ചിട്ടുണ്ട്
അവ ഒന്നും ഒളിച്ചുവെക്കുന്നില്ല
ആയിരം തവണ തിരസ്കരിച്ചാലും
പിന്നേയും
തീരത്തെ തേടിവരും
തിരമാലകളെ കണ്ടിട്ടില്ലേ
അവയ്ക്കറിയാം
പ്രണയത്തിൽ പരിഹാസങ്ങളും
പരാജയങ്ങളും
സ്വാഭാവികമെന്ന്

ഓമനേ
ശിൽപ്പഭംഗിയാർന്ന നിന്റെ ശരീരം
എന്റെ മോഹങ്ങളുടെ
പുഷ്പശയ്യകളിൽ വെച്ച് നീ
അനാവരണം ചെയ്യുന്നതെന്തിന്?
പുരാതനമായ ആസക്തികളുടെ
കാന്തമുകളിൽനിന്നും
കുതറിയോടാൻ ശ്രമിച്ച്
എന്റെ ഹൃദയം തളരുന്നത്
നീയറിയുന്നുവോ?
കാലത്തിന്റെ നാഴികമണികൾ
നിന്റെ പദനിസ്വനത്തിനായ്
കാതോർത്ത് നിൽക്കുന്ന തവിട്ടുനിറമുള്ള ഇടനാഴിയിൽ

ഞാനിപ്പോഴും നിന്നെ
കാത്തിരിക്കുന്നു.
നിഴലുകൾ
ഏകാന്തവും
ഭയരഹിതവുമായ
ഒരു സായാഹ്നംപോലെ
ഓർമകളുടെ മുറിവുകളിൽ
തൊട്ടുവിളിക്കുമ്പോൾ
എന്റെ ഹൃദയത്തിലെ
മൺചിരാതുകൾ കത്തിക്കാൻ
നീ വരുന്നതും കാത്ത്
ഞാനിരിക്കുന്നു.

ഓമനേ
രാജനീതികൾ ഭയന്ന്
നീയെവിടെയാണ്
ഒളിച്ചിരിക്കുന്നത്?
പൊങ്ങച്ചത്തിന്റെ
ഇരുട്ടുവീണ അന്ധസദസ്സുകളിൽ
നൃത്തംവയ്ക്കാൻ
നിനക്കെങ്ങിനെ കഴിയുന്നു?
ഭോഗനയനങ്ങളുടെ
അവസാനിക്കാത്ത
ആസക്തികൾക്കിടയിൽ
തളിരിലകൾ നഷ്ടപ്പെട്ട പഞ്ചമ
ഗദ്ഗദം പോലെ
നിന്റെ ഗാനം
ഞാൻ കേൾക്കുന്നു.
ദേവദാസികളുടെ അലക്കുകാരികൾ
അരമനരഹസ്യം
പരസ്യമാക്കുമ്പോൾ
കീഴടക്കിയ സാമ്രാജ്യങ്ങളുടെ
പൊട്ടിച്ചിരികളിൽ
സിംഹാസനങ്ങൾ തെറിച്ച്
വീഴുന്നത്
ഞാൻ കാണുന്നു
(ചിറകറ്റു വീണ ഒരു കിളി)
തന്റെ ആകാശത്തെക്കുറിച്ച്
വിലപിക്കുമ്പോൾ
എന്നിലെ കവിതയെങ്ങിനെ
നിശ്ശബ്ദനായിരിക്കും).

മത്സരം

കവിതയും
നക്ഷത്രങ്ങളും തമ്മിൽ
മത്സരിച്ചാൽ
മനുഷ്യ സ്നേഹികളുടെ മണ്ഡലത്തിൽ
തീർച്ചയായും കവിതയായിരിക്കും വിജയിക്കുക
കാരണം
നിശ്ശബ്ദത എല്ലാ സൗന്ദര്യത്തേയും
കാലത്തിൻ പിന്നിലാക്കുന്നു

ആകാശത്തോട്

ആകാശമേ ഒരിക്കൽക്കൂടി എനിക്കെന്റെ
കുട്ടിക്കാലത്തെ കുഞ്ഞുവെയിൽ തരുമോ
പള്ളിക്കൂടത്തിലേക്ക് പോകും വഴിയിലെ
മഞ്ഞപ്പനിച്ചെടികൾക്കു മുന്നിൽ
ഞാനിത്തിരിനേരംകൂടി നിൽക്കട്ടെ.

പുലിപ്പേടി

സർക്കസിൽനിന്നും
ഒരുപുലി രക്ഷപ്പെട്ടെന്ന് കേട്ടരാത്രി
അവൾ വല്ലാതെ പേടിച്ചു
വാതിലില്ലാത്ത വീട്
ഒരു ബുദ്ധനായി നിന്നു
ജാലകങ്ങളുടെ സ്ഥാനത്ത്
ഉഷ്ണരൂപനായി പ്ലാസ്റ്റിക്ക്
മൗനമാം
പുഴകടന്ന് വരുന്ന പുലിയെ
സിനിമയിൽ കണ്ടിട്ടുണ്ട്
മഴ കടന്നുവരും വിശപ്പിൻ
കാലവർഷത്തെപ്പോലെ
അഞ്ചു ജാലകങ്ങളിൽ
രണ്ടു കണ്ണുമായിരുന്നു ഞങ്ങൾ
മെല്ലെ മെല്ലെ മയക്കമായി
ഉണർന്നപ്പോൾ പുലിയില്ല
പുലിക്കോടൻ കഥയില്ല
പുന്നെല്ലിൻ വയൽ കാണും
വെയിൽമാത്രം ചിരിക്കുന്നു.

നിയമം

കവികളെ തൂക്കിക്കൊല്ലാൻ
ഒരു നിയമം വരുന്നത്രെ
ചില കഥാകൃത്തുക്കളാവും
ന്യായാധിപന്മാർ
ആയതിനാൽ
ചെറിയ കുഞ്ഞു കവികളെ
ലളിതഗാന രചയിതാക്കളാവുക
സിനിമകൾക്ക് പാട്ടെഴുതുതക
എന്നാൽ നിങ്ങളെ വിളിക്കും
ആത്മകഥ എഴുതിക്കും
വലിയ പത്രാധിപന്മാർ
ഓണം കഴിഞ്ഞാലും
തൂങ്ങി കിടക്കും
വൈദ്യുതകമ്പികളിൽ
ചത്തവവ്വാലുകളെ പോലെയെങ്കിലും
നമുക്കും പറയാം
ആദ്യത്തെ കളവും
കുളവും പള്ളിക്കൂടവും.

കൊത്തി കൊത്തി

കൊത്തി കൊത്തി മുറത്തിൽ കേറിയ പെണ്ണേ
കൊച്ചിക്കാരൻ സിനിമാക്കാരൻ
ഇന്ന് ഞാൻ
കോട്ടും സൂട്ടുമണിഞ്ഞുവരും ഞാൻ
പെണ്ണേ

കൊല്ലത്തീന്നു കൊയിലാണ്ടിക്കു പറക്കും
പാർക്കിൽ പോകാൻ ഇന്നോവ കാർ
മതിയോ
പാരീസ് ലണ്ടൻ മധുവിധു അവിടെ
മതിയോ

പാവം പ്രേക്ഷകർ നൽകിയ കാശിനുപകരം
ജാഡകൾ കാട്ടും ഞാനും അവനുടെ നേരെ
സന്തോഷ് പണ്ഡിറ്റായി നടക്കും ഞാൻ
സന്തോഷത്താൽ ഹൗസ്ഫുള്ളാകും ഹൃദയം

ചാനൽക്കാരൻ മണ്ടത്തരവും കാട്ടും
ഇന്റർവ്യൂവിനു മുന്നിലിരിക്കും നാടും.

ഇ എം എസും സ്വർണക്കുളവും പിന്നെ രാമൻനായരും

പഴയ വീട് ഇന്നില്ല
അതിന്റെ തെക്കേമുറിയിൽ ചുവരിൽ
ഇ എം എസ്സും എ കെ ജിയും പ്രേംനസീറും
എം ടിയുമുണ്ടായിരുന്നു
പിന്നെ വളരെ ചെറുതായി എഴുതിയ
അവളുടെ പേരും
അവൾ ഇന്നില്ല
അമ്മയായി ഒരു സ്ത്രീരൂപം മാത്രം
ചുവരുകൾ മേൽക്കുരയോടൊപ്പം പോയി
ചെണ്ടകൊട്ടി സിനിമാനോട്ടീസുമായി വരും

വാസുവേട്ടൻ ഇന്നില്ല
ചുവന്ന റോഡും ഇരുവശത്തേയും
ചെമ്പരത്തികളും ഞങ്ങളുടെ പന്തുകൾ
കാറ്റൊഴിച്ചു വിടും കാരമുള്ളിന്റെ മരവും
അതിലെ പോയാൽ കടൽക്കരയെത്തുമായിരുന്നു
അതിനിടയിലായിരുന്നു സ്വർണക്കുളം
സ്വർണംപരതി കുഴിച്ച മണ്ണുകൾ
തിണ്ടത്ത് ഉയർന്നിരുന്നു
കാണാത്ത സ്വർണം കുളത്തിന്റെ പേരായി
അതിന്റെ തീരത്ത് രാമൻനായരുണ്ടായിരുന്നു
താടിക്ക് കൈ കൊടുത്ത്,
ഒടുവിൽ രാമൻനായർ രക്ഷപ്പെട്ടു

ഉടമസ്ഥന്റെ വിയർപ്പാണ് ആ കുളം
തൊണ്ടിയും തെണ്ടിയുമില്ലാതെ
നീണ്ടുകിടക്കും കുളം
സ്വർണക്കുളത്തിൽ കുളിച്ച്
ചേമഞ്ചേരി ഉർവശിയിലേക്കോടും
കുട്ടികൾ ഇന്നില്ല
ചേമഞ്ചേരി ഉർവശിയും
അന്നത്തെ സിനിമയിലെ നായകൻമാർ
മരിച്ചു
പക്ഷേ
ഇ എം എസ് മരിച്ചില്ല
എ കെ ജിയും.

സ്വർണക്കുളം: സ്വർണം ഉണ്ടെന്നു കരുതി ഉടമസ്ഥനായ രാമൻനായരെ ചോദ്യം
ചെയ്തുകൊണ്ട് കസ്റ്റംസുകാർ വറ്റിക്കുകയും കുഴിക്കുകയും ചെയ്ത ഞങ്ങളുടെ
നാട്ടുകുളം — സ്ഥലം കാപ്പാടിനടുത്ത്.

നാട്ടുകാരോട് പോകാൻ പറ

ഞാൻ വലവിയ കവിയാണ്
മുപ്പത്തിമൂന്നു കൊല്ലം കവിത എഴുതി
മലയാളത്തിലെ മിക്ക...
വന്നിട്ടുണ്ട്
എന്റെ കവിതയെ പലരും
പ്രശംസിച്ചിട്ടുണ്ട്
ഒടുവിൽ
കുടുംബ കോടതിയിലെ വക്കീൽ വരെ
ഓ സോറീ...
ഞങ്ങൾ പരസ്പരം പിരിഞ്ഞ കാര്യം
പറയാൻ മറന്നു
ഇപ്പോൾ കഥയോടൊപ്പമാണ്
താമസം.
ആളുകൾ പലതും പറയുന്നുണ്ട്
പക്ഷേ അവരുടെ തന്തയുടെ
ചെലവല്ലല്ലോ നമുക്ക്.

സമർപ്പണം: നല്ലൊരു 'അഭിനേതാവായ' ശ്രീ മനോജ് കെ ജയനും അതേപോലെ
തന്നെ 'അഭിനയിക്കും' ഉർവശിക്കും ഗതികെട്ട അവരുടെ മകൾക്കും

ദുഃസ്വപ്നങ്ങളുടെ കോമഡികൾ

പതുങ്ങി
പതുങ്ങി
പിന്നാലെ വന്ന് ചോദിക്കുകയായിരുന്നു
ജാതി
രാഷ്ട്രീയം
വിശ്വാസം
തല ഉടലിലുണ്ടാവാൻ
ചിന്തിക്കേണ്ട വിധം
പണ്ട്
കഴുമരത്തിൽ നിവർന്നാടിയ
അഭിമാനങ്ങൾ
മുന്നിൽ നിരന്നു നിൽക്കെ
നിഷേധിച്ചില്ല
ഒന്നും.
ഒടുവിൽ
സ്വപ്നത്തിൽ നിന്നുണരവെ
ജാള്യതയോടെ ഒരു മാത്ര
ഉത്തരത്തിലേക്ക് നോക്കിക്കിടന്നു
പിന്നെ നിശ്വാസത്തോടെ മറ്റൊരു
ദുഃസ്വപ്നം കാത്തുകിടന്നു.

www.ingramcontent.com/pod-product-compliance
Lightning Source LLC
LaVergne TN
LVHW041756190726
843493LV00008B/2647